கவிப்பயணம்

மு.மங்கை

கவிப்பயணம்

கவிதை

ஆசிரியர் : © மு.மங்கை

முதல் பதிப்பு : பிப்ரவரி 2023

வெளியீடு : ஏலே பதிப்பகம்

ஸ்ரீ முருக விலாஸ்

38/5, மேல ரத வீதி,

வைத்தீஸ்வரன் கோவில் -609117

தொடர்புக்கு: +91   8056856623

Kavipayanam- poetry by © M. Mangai

First Edition: February 2023

ISBN : 978-93-5533-540-1

Aelay Publish

Contact: +91 9944992571

Designed by: Bookshow.in

மதிப்புரை

வணக்கத்துடன்!

மதிப்புரை எழுதத் தகுதி பெற்றேனா என்பது தெரியவில்லை!

கற்றுக் கொண்டே இருக்கிறேன்!

"வாசிப்பு முற்றத்தின் கைத்தட்டலை
இன்றளவும் நினைவு கூர்ந்தவளாய்
அன்று எனக்காய் திட்டி, திருத்தி,
ஆனந்தப்பட்டு அளவளாவி பாராட்டிய
ஒவ்வொரு பேராசிரியரின்
மாணவியாகவே தொடங்குகிறேன்!!!

படித்து முடித்து விட்டேன் புத்தகத்தை!
அப்படியொரு ஆனந்தமும், ஆராவாரமும்
மனதிற்குள்! மங்கையே உனது
"கவிப்பயணத்தில்" நானும் சிறு
துரும்பாய் உன்னுடனே நடை
போடுகிறேன்! என்பதில் பெருமிதமே
இவளுக்கு!!

காதலில் தொடங்கி!

மு.மங்கை

கசிந்துருகி!

அம்மா, அப்பா,

திருநங்கை,

தன்னம்பிக்கை!

என வாழ்விற்குத் தேவையான
ஒவ்வொன்றையும் உன் நடையில்
கவியாய் வடித்திருக்கிறாய்!

வாசகர்களாகிய உங்களுக்கு!

"பிழை சொன்னால் திருத்திக்கொள்வாள்"

தட்டிக் கொடுத்தால் தரமாய்வளர்வாள்

என் பிள்ளை"!!

எதற்கும் தளராமல் நடைபோடு

வளர்க!

வாழ்க வளமுடன்!!

அலாதி பேரன்பும் பிரியங்களும் கொண்டு

சுவேதா கண்ணதாசன்

வாழ்த்துரை

அம்மா எனக்கு எழுத வருகிறது,
என்னுடைய எழுத்துக்களுக்கு இன்று
கைத்தட்டல் பெற்றேன் என்பதுமுதல்
அம்மா நான் என்னுடைய நான்காவது
புத்தகத்தை வெளியிட போகிறேன்
என்பது வரை. இவளது வளர்ச்சியை
இவளுடன் இருந்தே பார்த்து ரசிக்கும்
ஒரு ரசிகையின் வாழ்த்துரை.

பள்ளிப்பருவம் முதல் இன்று வரை
இவளது கைக்கோர்த்து நடப்பவள் நான்.
ஒரு கவிதாயினியாக உங்களுக்கு
தெரிந்த இவளை எனக்கு ஒரு
குழந்தையாக தெரியும். இவளின்
ஒவ்வொரு எழுத்துக்களிளும் இருக்கும்
உயிரை உணர்பவளாக சொல்கிறேன்
இன்று இவளது வார்த்தைகளின்
செழிப்பை பார்க்கும்போது சிலிர்த்தது
என் கண்கள். அனுதினமும் நான் கண்டு
ரசிக்கும் இவ்வுலகம் இவளது கவிதை
வாயிலாக பார்க்கும்பொழுது என்னை

சிந்திக்க வைத்து சிலவற்றை ரசிக்க வைத்தது.

அக்காதலுக்கே காதலிக்க தோன்றும் வகையில் உள்ள காதல் கவிதைகள், இவளின் சிந்தனைகள், ஏக்கங்கள், கேள்விகள், சில கேள்விக்கான பதில்கள், சிலர் சொல்ல மறுக்கும் ஆசைகள் அனைத்திற்கும் கவி உருவம் கொடுத்திருக்கின்றாள் என் பிள்ளை.

சிலர் வாழ்க்கைகான பாதையை தேடுவதிலே நேரத்தை வீணடிக்கும் காலத்தில், இவளது தேடல் இவளின் இதய மொழியை இவ்வுலகிற்கு சொல்ல மையின் ஓட்டத்தில் கவிப்பயணம் செல்கிறாள். இந்த பயணம் முடிவின்றி தொடர வாழ்த்துக்கள்.

தோழியாய் இல்லாமல்

இவளின் இன்னொரு தாயாக

ஜெயஸ்ரீ ஜனார்த்தனன்

வாழ்த்துரை

வாழ்த்த வயதில்லை, வியக்கிறேன்!
அவ்வியப்பினையும், வியப்பின்பால்
தோன்றிய பெருமை கலந்த அன்பையுமே
வார்த்தைகளாக்கி உதிர்க்க முயல்கிறேன்.
வாய்ப்பு அமைவது சிலருக்கு.
வாய்ப்புகளை உருவாக்கிகொள்வது சிலர்.
அவ்வாய்ப்பினை விடாப்பிடியாக
பிடித்துக்கொண்டு, அதற்காக உழைத்து,
போராடி, வெற்றிகண்டும்,
அவ்வாய்ப்பினை மேலும் பெரிதாக்கி,
அதனை அதன் முழுமைக்கும்
பயன்படுத்த துடிக்கும் "சிலரில் ஒருவள்
இவள்" தனது புதுப்படைப்பினைக்
கொண்டு இதனை மீண்டும் நீருபித்து
விட்டாள்!!ஆஹா!! எத்தனை எத்தனை
கவிச்சுவை!! சில வார்த்தைகள்
செல்லமாய் தீண்ட, சில இறகென வருட,
சில மனதை நெருட, சில அறைய,
பலஅரவணைக்க, ஓர் கவி மேகம்
கவிந்து, அதன் மொழிச்சாரலில்
நனைந்தாற்போல் இருக்கிறது. இவள்

மு.மங்கை

காதல் மொழியால் நம்மை
வெட்கச்செய்து, பொதுப்பார்வையை
இவளின் தனிப்பார்வை கொண்டு சிந்திக்க
செய்து, நம் அன்றாட வாழ்வின்
மனஓட்டத்தையும்,
மனக்குமுறல்களையும் மொழிகொண்டு
தேற்றி, தன் மன எண்ணங்களை
இலகுவாக , அழகாக கவி
உருவாக்கியிருக்கிறாள். எல்லோராலும்
தம்முடனே ஒப்பிட்டுப்பார்கும்படி
எழுதுவதையே தன் தனிச்சிறப்பென
கொண்டிருக்கும் இவள், கவியை நம்
மனதில் சுவடாக்கி நம்முடனே
நடைபோட செய்கிறாள், செய்வாள்.

உனது தேடலால் உன் இதயமொழியை நீ
என்றும் பகிர ,நாங்கள் என்றும் உணர,
உனது மையின் ஓட்டம் என்றும்
வற்றாமல், உன் கவிப்பயணம் நித்தம்
மேலோங்கி வளர, தொடர இறைவனை
வேண்டுகிறேன், விரும்புகிறேன் மனமார.

பெருமையுடன்,

ரேஷ்

என்னுரை

வாழ்வின் மிகப் பெரிய விஷயத்தைச்
சொல்லித்தர மிகச்சிறிய நிகழ்வுகளே போதும்.
பல இடங்களில் நான் அதை
உணர்ந்திருக்கிறேன். அடுத்தது என்னவென்று
தெரியாத ஒர் வாழ்க்கை. இங்கு பலருக்கும்
அப்படித்தான் என்று நினைக்கிறேன். நான் என்
பேனாவோடு கைகோர்த்து நடக்கத்
தொடங்கினேன். பாதை முடியா பயணங்கள்
கற்றுத்தரும் பாடங்களுக்கு அளவே இல்லை.
என் பயணத்தில் என் பாதையில் பங்கு
கொண்டோர்களின் நிகழ்வையும் என்னை
கடந்து சென்றோர்களின் நிகழ்வையும்
கவனித்து வந்தேன். அவற்றைப் பற்றியும் என்
பயணத்தில் எனக்கு நடந்தது பற்றியும்,
நானும் என் பேனாவும் தீவிரமாய்
கதைத்தோம். எங்களின் நெடுநேர உரையாடல்
மனதைத்தொடும் கவிதைகளாக
உருவெடுத்தது. ஒருவரின் பயண அனுபவம்
மற்றவரின் வாழ்வை மாற்றிடப் பயன்படும்
என்பார்கள். என் எழுத்தினை உங்களோடு
பகிர்ந்துள்ளேன். உங்கள் கண்களோ, மனமோ
அவற்றால் மகிழ்ச்சியோ, நெகிழ்ச்சியோ,

மு.மங்கை

நிம்மதியோ அடைந்தாள் அதுவே
இக்கவிப்பயணத்தின் ஆணித்தரமான
வெற்றியாகும். என் கவிதைகளின்
பிழைத்திருத்த உதவிய நல்உள்ளங்களுக்கும்
மற்றும் ஏலே பதிப்பகத்திற்கும் என் நன்றி
கூறுகிறேன்.

என் எழுத்துப் பயணத்தின் முதல் அடியயில்
உடன் நின்று உதவிய சகோதரி சுவேதா
கண்ணதாசன் அவர்களும் முதுகெலும்பாய்
இருந்து உடன் பயணிக்கும் அன்பு தோழிகள்,

ஜெயஸ்ரீ ஜனார்த்தனன்,

ரேஷ்மா ஏஞ்சலின்

அவர்களும், மதிப்புரை மற்றும் வாழ்த்துரை
வழங்கியதில் அளவில்லா ஆனந்தம் கொண்டு
மனமார நன்றி கூறுகிறேன்.

உங்களின் அன்பும் ஆசியும்கொண்ட

மு.மங்கை

Insta : @idhaya_mozhii

Mail : iagnamsmv@gmail.com

பயணம் தொடங்குகிறது...

மு.மங்கை

திங்களும் தேய்கிறது

சூரியனும் மறைகிறது

சுற்றும் பூமியில்

சூழ்நிலைகளும் மாறுகிறது

கண்மணி அவளின் கண்ணக்குழியில்

விழுந்தவன் மட்டும் இன்னும் எழவில்லையே

உலகில் நான் பார்த்த அற்புதப்பாவை நீதானே

எனக்கு வேறுஒர் உலகைக்

காட்ட போகும் பாவையும் நீதானே

விடிய விடியப் பெய்யும் மழையாய்

வந்துவந்துத் தீண்டும் அலையாய்

என்னை நீ நனைத்திடு

உன் காதலால்

வியர்வை துடைத்து

உன் வாசம் முகர்ந்து

கை வளையல் வருடி

வாழ

விழி மூடி கனவு கண்டேன்

உன் மொழியால்

அதை நிஜமாக்குவாயா நிலவே?

வானவில்லின் வண்ணங்கள்

தோற்றது

வெட்கத்தால் அவளின்

கன்னத்தில் தோன்றிய

வண்ணத்தின் முன்

மு.மங்கை

ஆணாய் பிறந்திருந்தால்

பிழைத்திருப்பேனோ

என்று நினைத்துக்கொண்டே நின்றது

அன்று கள்ளிப்பாலில் தப்பி

இன்று கற்பழிப்பில் சிக்கி

காயப்பட்டு சாகடிக்கப்பட்ட

சகியின் கடைசி இதயத் துடிப்பு

இன்றைய இளம் பெண்களின்

இதயம் நாடுவது

இராமனை அல்ல

விருப்பம் இருந்தும்

விரல் படாது விலகி நின்ற

இராவணனை

நாள் முழுவதும் அவளின் நெற்றியில்

முத்தமிட

எனக்குத்தான் அதிர்ஷ்டம் இல்லை

என்று நினைத்தேன்

பாவம்

அவளின் நெற்றி பொட்டிற்கும்

அதிர்ஷ்டம் இல்லை

முகம் கழுவியதால்

ராஜநாகமாய்

வளம் வந்தவன்

மயங்கி மண்டியிட்டேன்

மையிட்ட கண்களால்

நீ மகுடி ஊதியதால்

மு.மங்கை

வாழ்வின் பிடியாக

நாம் விடாமல் பிடித்திருப்பது

விழுதுகளாகவும் இருக்கலாம்

நாம் பார்க்காமல் இருக்கும்

விஷப் பாம்புகளாகவும் இருக்கலாம்

எவரையும் நம்ப மாட்டேன்

என்று சொல்லித் திரிந்தேன்

என்னை நம்பு என்று

சொல்லித் திருத்தினாய்

உன்னை மட்டும்தான் நம்புகிறேன் என்றேன்

ஏமாற்றத்தை தவிர வேறு எவரையும் நம்பாதே

என்று சொல்லி விட்டுச்சென்றாய்

சேலை துறந்து

சேவை செய்பவள் கூட

சில இரவுகள்

கண்ணீரின்றி கடப்பாள்

ஆனால்

சபிக்கப்பட்ட இந்த இளம்பெண்

சித்திரவதையையும் சிரமத்தையும்

அனுவனுவாய் அனுபவித்து

இமைகளை

இளைப்பாற விடாமல்

சிந்தனையில் மட்டுமே

இரவோடு போராடுகிறாள்

மு.மங்கை

இறைவன் கொடுக்கும்

இரவுகள்உறங்கவே

ஆனால்

இன்னல் கொண்ட என் இதயம்

உறக்கத்தை உதறி

கண்ணீரைத்தழுவிக்

கடக்கிறது இரவினை

முழுதாக வலியில் நனைந்த

அவளின் மனம்

மீண்டும் மீண்டும்

மழையில் நனைய ஆசைப்படுகிறது

மழைநீரைக் கண்ணீரால் கலப்படம் செய்ய

சந்தோஷம் என்னை சூழ்ந்த வேளையில்

உன் சன்னதிநாடவில்லை நான்

சங்கடங்கள் என்னை சரித்த வேளையில்

சக்தி இன்றி உன்னையே சரணடைந்தேன்

மனம் வாடி நின்ற என்னை

மடி சாய்த்துக்கொண்டாய் நீயே

என் சாய் நாதனே!

நினைத்து நினைத்து

நெகிழ்கிறது நெஞ்சம்

நெகிழிகலந்திடா கடலை எண்ணி

மு.மங்கை

மூங்கிலுக்குள் சென்ற
மூச்சுக் காற்று
மெல்லிசையானது போல்
முடங்கி கிடந்த என் தேகமும்
முதிர்ச்சியடைந்த என் நெஞ்சமும்
புது தேர்ச்சிப் பெற்றது
உன் அன்பினால்

அவளின் நிழல் கூட
என் காதல் தீயின்
தழல் கூட்டுதே

புகைப்பட கருவிகள்

தோற்றுப் போனது

நொடிக்கு

நூறு முறை

உன் புன்னகையைப்

படம்பிடிக்கும்

என் கண் இமைகளிடம்

பிரியமானவனின் கையில்

பூவைச் சூடிக்கொள்ளும் நொடி

தேகம் எங்கும் பரவசம் பரவ

பெண் பூவானவள்

மீண்டும் புதிதாய் பூக்க

மனதோரம்

காதல் மணம் வீசும்

மு.மங்கை

சாதியை மீறி

சத்தமிட்டு சொன்ன காதல்

சாவைநோக்கி

சத்தமின்றி நகர்கிறது!

சில்லுசில்லாய் என்னை சிதைத்து

என் அழுக்குரலுக்கு செவி கொடுக்காமல்

சடலம் போல்

நான் திரிய

சங்கடங்களைச் சந்திக்காதவன் போல்

நீ தெரிய

உன் செயல் கொண்டு

என்னை சரிசெய்யாமல்

இருப்பதே காரணம்

வெளி உலகத்திற்குக்

கலைஞனாய் வாழும் நான்

உன்னைப் பார்க்கும் போது மட்டும்

ரசிகனாய் மாறிவிடுகிறேன்

இருள் என இடர் சூழ்ந்தாலும்

சிதறிப்போகும் யாவும்

சிந்தையில் சிறு ஒளியாய்

உன்னை எண்ணினால்.

மு.மங்கை

வேற்றுவீட்டுப் பெண்ணாய் நினைக்காமல்

விருந்தாளியாக நடத்தாமல்

உனை சேர்த்துக்கொள்ள என் சொந்தமும்

கரம் கோர்த்துக்கொள்ள என் நெஞ்சமும்

எங்கள் குலம் காக்க போகும் குணவதியே

நீ வந்து விளக்கேற்ற

எங்கள் வீடும் காத்துக்கிடக்குதடி-வெண்ணிலவே

மழைக்கால மின்சாரமாய்

என் மனதை அடிக்கடி

துண்டிக்கச் செய்கிறாய் நீ

பல பலக்கும் மேனி

பளிங்கு போன்ற கன்னம்

பெண்மைக்கான மென்மை என

அனைத்தும் இருந்தும்

சுமந்திடாத பிள்ளையும்

சுரந்திடாத தாய்ப்பாலும்

தினமும் சொல்கிறது

அவள் ஓர் திருநங்கை என்பதை

குழந்தையெனகொஞ்சியவளின்

கோபம் கண்டதும்

குழம்பி போய் நிற்கிறேன்

யார் குழந்தையென்று?

மு.மங்கை

நாணயத்திற்கு இருக்கும்

மதிப்பு

நினைவுகளுக்கும்இருக்குமானால்

நானே

மிகப்பெரிய கோடீஸ்வரி

தங்கமே தாலேலோ

தரணி ஆள பிறந்தவனோ

தாய்மாமன் எவனுமில்ல தாய் நானே

காத்து நிப்ப

தலச்சம்புள்ள நீ ஒரங்க தாலாட்டு நா படிக்க

தவமிருந்து பெத்தராசாவே

தலையாட்டி கண்ணுறங்கு தயங்காம நீ ஒரங்கு

காதல் மணம் அறியா மனதிற்கு

கல்யாணம் என்பது வெறும்

காகிதப்பூவே

உயிரே

உன் வாழ்வில்

நான் ஒரு

மெழுகுவர்த்தியே

உருகுவதும் உனக்காக

ஒளிர்வதும் உனக்காக

மு.மங்கை

கரண்டுக் கம்பியில் அமரும் கருங்குயில் அறிந்திடுமோ

அதன் கடைசி நாளை !

கூடும் கருமேகங்கள் அறிந்திடுமோ

அதனை கலைக்க வரும்

காற்றின் திசையை !

கனம்தாங்கும் கட்டுமரம் அறிந்திடுமோ

கடல் தன்னை கவிழ்க்கும்நொடியை!

கடந்து செல்லும் வாழ்வில்

சிலவற்றைக் கண்டுகொள்ளாமல் இருப்பதும்

சிலவற்றைத் தெரிந்துகொள்ளாமல் இருப்பதும்

இடர் இல்லா

இன்ப வாழ்க்கைக்கு வழி செய்யும்

இருள் நீக்கும் வெண்ணிலவாய்

என் வாழ்வில் வந்த நீயே

அவ்வப்போதுவர மறுக்க

மீண்டும் மீண்டும்

அமாவாசை ஆகிறது

என் வாழ்வு நீ வராது

நான் வாடிய நாட்களில்.

என் மீது விழும்

தீ பொறிகளைக் கூட

தினம் பூக்கும் பூக்களாக மாற்ற

முடியும்

நான் நினைத்தால் மட்டுமே

மு.மங்கை

அன்பு மனைவி

ஆசை நாயகி

அடங்கா ராட்சசி

அவமானம், அடிமை

என கட்டிய கணவன்மார்கள் கொடுக்கும்

பட்டங்கள் பலவாயினும்

அப்பாவின் ஆட்சியில்

மகள் என்றும் மகாராணியே

மின்மினியின் மின்னலோ

வீதி விளக்கின் வெளிச்சமோ

சூரியனின் சேவையோ

குழல் ஏந்திய குருடனுக்கு

அவையெல்லாம் பயனற்றவையே...

பெளர்ணமி நிலவே
பொறாமைப் பட்டது
தீபஒளியில்
தேவியின் முகப்பொலிவைக் கண்டு

தன் பிள்ளைகளிடம்
தன்னால் முடிந்த
அனைத்தையும் காட்டும்
ஒவ்வொரு தந்தையும்
காட்டாமல் மறைப்பது
தன் கண்ணீரை மட்டுமே

மு.மங்கை

உன் முன் மண்டியிட்டு நின்றவனின்

மனம் கிழித்து

காயம் செய்தவள் நீயடி

மருந்திட மட்டும் வேறொருத்தி ஏனடி

அணுவணுவாய்

உன்னால் ரத்தம் சிந்துதடி

இனி வாழ்வும் சாவும் எனக்கு ஒன்றடி

பலரின்

கனவுகளையும்

கற்பனைகளையும்

கவிதைகளையும்

சொந்தம் கொண்டாடுவது

காதல் என்னும் சொல்தான்

நீ என் அருகில் வர வர

சில விந்தைகள் என்னுள் நடக்க

விடிவில்லா வேதனைகள் விலகியது

வெள்ளமாய் விருப்பங்கள் பெருக்கெடுத்தது

அன்பே

உன் அருகாமையால்

என் ஆயுளானது

அலையலையாய் அதிகரித்தது.

உன் கெஞ்சல்களுக்கு மட்டுமல்ல

உன் கொஞ்சல்களுக்கும்

குடை சாய்கிறது

என் கோபங்கள்

மு.மங்கை

இன்று உன் பால்மன மேனியை முகரவே

அன்று

பிரியாணி மனமும் பிரட்டியதோ எனக்கு

விரல் விட்டு என்ன முடியா

என் வலிகள் அனைத்தும்

உன் பிஞ்சு விரல் பட்டதும்

விரைந்தோடும் அதிசயம் என்னவோ

அன்னையின் அரவணைப்பில் ஆராரோ
கேட்க மறந்தாயே

என் ஆருயிரே

இரத்தம் முறித்து நான் தரும் பாலை

சத்தமின்றி நீ குடிக்கையில்

இந்த ஜென்மத்தின் மொத்த இன்பமும்

என் நெஞ்சோடு சேர்ந்தது - என் செல்வமே

தொலைவில் இருந்தாலும்

தொடர்பில் இல்லாவிட்டாலும்

மாறவுமில்லை மறையவுமில்லை

சிலரின் தோழமை...

விடிய விடிய வடிந்தாலும்

விரல் கொண்டு துடைக்கத்

துணை ஒன்று இல்லையென்று

என் நிலைக் கண்டு

கவலைக்கொண்டு

கண்களை தாண்டிச் செல்ல

தடைவிதித்துக் கொண்டது

என் கண்ணீர்த்துளிகள்

மு.மங்கை

கதறி அழு- கண்ணாடியின் முன்

பணிந்து விழு - இறைவனின் முன்

சோகங்கள் சொல்லிடு - நிலவின் முன்

சிரிப்பை மட்டும் சிதற விடு - குழந்தையின்
முன்

காட்டுமிடத்தை மாற்றினால்,

கைரேகை போல் காயங்கள் நிலைத்துவிடும்

நான் முகரும் உன் வாசமே

என் வாழ்நாளுக்கான முழு சுவாசம்

என்பதை நீ அறிவாயோ அழகே

கவிப்பயணம்

வெயில் மழை

வெளிச்சம் இருட்டு

வேகம் நிதானம்

சுத்தம் அசுத்தம்

இவை எல்லாம் கலந்ததுதான் வாழ்க்கை

என்று உணர்த்தியது

ஓர் ரயில் பயணம்

நிம்மதிக்காக

நிற்கச் சொல்லி கேட்டேன்

நீளச் சொல்லி கேட்டேன்

நிராகரித்து நீங்கி செல்கிறது

நிலவும் நித்திரையும்

அவளைப் போலவே

மு.மங்கை

பால்வாடி பிள்ளைகளும்

பைத்தியக்காரர்களும்

படையில் துயில் கொண்டோர்களும் மட்டுமே

பாவம் நிறைந்த பூலோகத்தில்

கவலை அறியாத பாக்கியசாலிகள்

பிறக்கும்போது நீரின் துணை

இறந்தபின் நெருப்பின் துணை

இடைபட்ட வாழ்வில் காற்றின் துணை

இன்றியமையா இயற்கையைக் கொன்று

இல்லம் செய்கிறாய், இன்பம் காண்கிறாய்

அவை இயங்காமல் போனால்

நீ இல்லாமலே போய்விடுவாய்

கண் விழிக்கும் முன் தொடங்கி

கண் மூடும் வரை

உன் விரல் கொண்டு தீண்டவே

தொடு திரையாய் மாற தவிக்கிறேன் நான்

சிரிக்க மறந்த குழந்தையென

சிறகை விரிக்க மறந்த பறவையென

சிவக்க மறந்த மருதாணியென

என் தன்மை மறந்து கிடக்கிறேன்

தனிமையில் புதைந்து கிடப்பதால்

மு.மங்கை

தேய்பிறையென தேயும்

என் நித்திரைகளை

உன் நினைவுகளால் நிரப்பினாய்!

சித்திரையில் பூத்தமல்லியென

வேதனையில் வெந்தது மனம்!

யாத்திரை செல்லத் துணிந்தேன்!

கவி யாத்திரை செல்லத்துடித்தேன்!

உன்னாலான வலியை

வார்த்தையோடு கோர்த்து

வடிவமைத்தேன்

கவிப் பிறக்கும் வழியை!

காயம் மற(றை)க்க

சூத்திரம் அறியாக்

கதாபாத்திரமானேன்

காதல் நாடகத்தில்

கவிப்பயணம்

இருண்டது விழிகள்

விலகியது வழிகள்

நெருங்கியது வலிகள்

கரையைத் தழுவும் கடலைப் போல்

காதலைத் தழுவ என்னும்

கன்னியின் மனம்

ஏதோ சில காரணங்களினால்

மீண்டும் மீண்டும்

பின் செல்கிறது

பிடித்ததை விட்டுவிட்டு

மு.மங்கை

காதலால் கைக் கட்டி

பாசத்தால் சிரம் பணிந்து

அன்பால் அடிமையாகி

பின்னால் தவிப்பதை விட

இன்றே தவிர்த்துக்கொள்வது நல்லது

என்னை கடக்கும்

கனப்பொழுதில்

கவர்ந்து செல்கிறது

கருப்பு வண்ண ஆடைக்குள் மறையாத

அவளின் காந்த கண்கள்

ரகசியமான

ஆண்களின் வெட்கம்

ரம்மியமாய்

பெண்களின் மனதை அள்ளிச்செல்லும்

விடியல் வந்து விரட்டும் வேளையில்

கண்மணி அவள்

வெண்ணிலவை கடத்தி

தன் வெள்ளிக்கொலுசின்

முத்துக்கள் நடுவே மூடி ஒளித்தாள்

மு.மங்கை

மலர்களாய் இருப்பினும்

மணமின்றி போனோம்

மச்சக்கன்னியின் மேனி மணம் வீசுவதால்

மனம் வருந்தியது

அவள் கூந்தலில் குடிகொண்டிருந்த மலர்கள்

காதல் வந்ததால்

கவிதை எழுத வந்தேன்

இன்று உன்னை பிரிந்த பின்

காதல் கூடியது

கவிதை எழுதுவதில்

முதன் முறை கோர்த்த கனம்

உயிர் பிறந்தது

முடிவெனகோர்த்த கனம்

உயிர் பிரிந்தது

உன் கரத்தில்

என் காதல்

காயப்படுத்தவும் யாருமில்லை

கஷ்டப்படவும் ஏதுமில்லை

ஆனாலும்

காரணமில்லாத கவலை மட்டும்

கரையாமல் இருக்கிறது நெஞ்சோரத்தில்

மு.மங்கை

வலது கால் வைத்த வீட்டிற்கு

வாழ்நாள் முழுதும்

வளைந்து கொடுக்க வேண்டும்

உறவென கை பிடித்தாலும்

உள்ளுக்குள் ஓர் உதறல்

உறக்கப்பேசிட ஒழுங்காய் உறங்கிட

உரிமை இருக்காது

பழக்கங்களை புரட்டிப் போட

பழக வேண்டும்

ரோஜாசெடி வாழ்வானது

படர்ந்து விரியுமா இல்லை

பட்டு போகுமா என

தெரியாத பயணம் - அதுவே திருமணம்

சூழ்நிலை செய்யும் சூழ்ச்சியினாலே

இங்கு பலரின் மனம்

சுழலில் சிக்கியப்படகென

உடைந்து

சில்லுசில்லாய் சிதறிப்போகிறது

போகும்போது

அள்ளிக்கொண்டு போகவாபோறோம்

என்று கேட்டவரிடம்

போனபின்

அள்ளிப்போடவே காசு வேண்டுமடாப்

பைத்தியக்கார என்றான்

பிறரால் பைத்தியக்காரன் பட்டம் பெற்றவன்

மு.மங்கை

ஆத்திரத்திலும் ஆணவத்திலும்

ஆடி அழியாதே

இன்றெல்லாம் இறுதியில்

ஆறடிமண்கூட இல்லை

அரைக்கோப்பை சாம்பல் தான்

வாழ்வில்

நிரந்தர வானமாய் இருந்து

பிறரை ரசிப்பதை விட

சிலனொடி தோன்றி மறையும்

வானவில்லாய் இருந்தாலும்

பிறரை ரசிக்கவை

பிழையால் பிரியும்

உறவுகளை விட

பயத்தாலும் அதீத பிரியத்தாலும்

பிளவுற்று பிரியும் உறவுகளே

இங்கு அதிகம்

நான் முணங்கிய மொழி கேட்டே

முகிலானது

என் மன வலி நீரை

மற்றவர் பார்வையில் மறைக்க

மழை நீரைப் பொழிந்து

மு.மங்கை

கண்ணில் காணா காதலனுக்காக

கடல் போல் எழும்

என் காதலை

சேமித்து வைக்கிறேன்

என் கவிதைகளுக்குள்

இருளில் தொடரும் நிழலாய்

என் இதயத்தில் உன் நினைவுகள்

மற்றவர் பார்வையில் தெரிவதுமில்லை

என்னை விட்டு விலகுவதுமில்லை

அவனை மிகவும் பிடிக்கும்

காரணம் தேடினால் பைத்தியம் பிடிக்கும்

அவனை நினைத்தாலே என் இதயம் படபடக்கும்

அருகில் நெருங்கினால் உடல் வெடவெடக்கும்

அவனை நினைக்காவிட்டால்

தலையே வெடிக்கும்

பூவைச்சுற்றும்

வண்டானேன்

புடவைகொண்டு

உன் பூமேனியை

சுற்றியதால்

மு.மங்கை

அன்பு பிடியில் ஆட்கொள்ளாமல்

ஆசைப் பிடியில் அகப்படாமல்

காதல் பிடியில் கரையாமல்

காமப் பிடியில் கசியாமல்

பணப் பிடிக்குபணியாமல்

பகை பிடிக்கு பயப்படாமல்

இருந்தவளை

செங்கதிரென செழிக்கப்போகும்

செல்லமே

உன் பிஞ்சு பிடியால்

என் பிராணனை பரிசுத்தம் செய்தாய்

தன் அழகைக்

கூந்தல் கொண்டு

மறைக்க முயன்றாள்

அது மேலும்

அவளுக்கு அழகு சேர்ப்பதை அறியாமல்

என்னுள் சங்கமித்த

உன் காதலை

எதிர்கொள்ள முடியாமல்

உன் எதிர்காலமாய்

நான் மாற சம்மதித்தேன்

மு.மங்கை

பழைய

இருசக்கர வாகனமும்

பல்லக்கு ஆனதே

பாவையின்

மென்பாதம் பட்டதும்

என் மீது நான் காதல் கொள்ள

என்னை ஒதுக்கி பின்

எனக்கு நேரம் ஒதுக்கி கொடுத்த

தனிமைக்கு என் நன்றி

நேரில் வந்து பார்க்க முடியாது தவித்து

நித்திரை துளைத்து வாடியபோது

நிலவு வந்து சொன்னது

நீயும் கண் மூடாது

காண   காத்துக்கிடக்கின்றாய் என்று

ஒவ்வொரு முறையும்

நெற்றி முத்தத்தால்

நினைவுறுத்துகிறான்

அவன் எனக்கு

இன்னோர் தந்தை என்று

மு.மங்கை

பெண்ணின் பாதம் தொட்டுப் பிடிப்பதால்

என்னைப் பித்தன் என்றனர்

ஆம் பித்தன் தான்

பாவையின் முழுக்காதல் கண்டதால்

முழுதாய் மாறிய பாசப் பித்தன்

இங்கு எல்லோரும் தீ என வாழ்கிறார்கள்

சிலர்

சுடும் தீயாய் அனலாய் வாழ்கிறார்கள்

சிலர்

மெழுகுவர்த்தியாய்

ஊதுபத்தியாய்

தன்னை அழித்துப்

பிறருக்காக வாழ்கிறார்கள்

துக்கத்திடம் போகச் சொல்லியும்
தூக்கத்திடம் வரச் சொல்லியும்
கெஞ்சும் துரிதஷ்டசாலிகளே
இக்கால இளைஞர்களும்
சில மார்டன் மனிதர்களும்

அழிக்க நினைக்கிறேன்
தினமும் உன் புகைப்படங்களை
ஆனால்
அழியாமல் என்னை ஆட்டிவைக்கும்
உன் நினைவுகள்
அதை தடுத்து விடுகிறது
அனுதினமும்
என்னை தவிக்க விடுகிறது

மு.மங்கை

பாசம் நிறைய

பயங்கள் மறைய

பாவம் அழிய

பலம் கூட

பறவை போல் பறக்க

பாதைகள் நீள

பயணங்கள் தொடர

பக்கம் நீ வேண்டும்

பழி ஏற்க

பாடைத் துணையாக

என்றும் பக்கம் நீ வேண்டாம்

தெரிந்தே

தன்னைத் தானே

காயப்படுத்திக்கொள்ளும் ஒரே படைப்பு

மனித மனம்தான் என்று தோன்றுதடா

அவன்:என்னவள்

விரல் கொண்டு கோதவே

காற்றோடு விளையாடுகிறது

என் தலை முடி

அவள்: என்னவன்

விரல் கொண்டு சரி செய்யவே

காற்றோடு விளையாடுகிறது

என் சேலை நுனி

மு.மங்கை

வார்த்தைகளுக்கு

விழி பிதுங்கி வியர்த்து கொட்டியது

உன் அழகை வர்ணிக்கும்படி

நான் கட்டளையிட்டதால்

பெண்மை மொழியில்

அவளின் வெட்கம் என்பது

அவன் விலக அல்ல

அவளின் பக்கம் வரவே

என் வாழ்வை பங்கிட்டவளை/பங்கிட

போரவளைத் தவிர

வேறு எந்தப் பெண்ணும்

என் வழியில் வந்தாலும்

என் விழிக்குள் வர இயலாது

நமக்கானவரின் முகத்தில்

நம்மால்

சிதறும் சிரிப்பினைக் கண்டால்

சற்றே சிலிர்த்திடும் தேகம் எங்கும்

சிறுபிள்ளை போல் ஆகும் நெஞ்சம்

மு.மங்கை

ராட்சசர்கள் என்றால்

ரசனைத் தன்மை இல்லாதவர்கள்

என்று தான் கேள்விப்பட்டிருக்கிறேன்

ஆனால்

இந்த ராட்சசி மட்டும்

ரசிக்க தகுந்தவளாய்

இத்தனை அழகு கொண்டிருப்பதன் ரகசியம்
என்னவோ?

காட்டை அழித்து உருவான பன்மாடிக்

கட்டிடத்தின்

ஓர் ஜன்னல் ஓரத்தில்

உயிரை தக்கவைத்துக் கொண்டிருந்தது

பெரும் முயற்சியில் முளைவிட்ட

ஓர் சிறு செடி

கவிப்பயணம்

மழையில் நனைந்தவனுக்கும்

பனியில் நனைந்தவனுக்கும்

வெளித்தோற்றம் வேறு

உள்காய்ச்சல் ஒன்றே

காதலியின்

கள்ளத்தனமான

கண்ஜாடையைக்

களவாடிச் செல்லவே

கால் கடுக்க

காத்திருப்பான் காதலன்

மு.மங்கை

நெற்றிக்குள்ளே நீ

நெஞ்சுக்குள்ளே நான்

நீ இல்லாமல் போனால்

பைத்தியம் என்றும்

நான் இல்லாமல் போனால்

மிருகம் என்றும் சொல்வார்கள்

ஆனால் ஒருவனை

மாமனிதன் என்பார்கள்

மதியும் மனமும்

ஒன்று சேர்க்கையில்

அவளின் புன்னகைக்குள்

புதைந்து கிடக்கிறது

என் வாழ்வின்

சந்தோஷப் புதையல்

காற்றும் என்னைக்கடக்கும் வேளையில்

கேட்டுப்போகிறது

நீ என்ன காந்தகுயிலா

மனதை உன் வசம் இழுத்து

கொத்திப் போகிறாய் என்று

மு.மங்கை

மஞ்ச கயிறு ஏறும் முன்
மனம் திறக்கலாம்
மாராப்பை அல்ல

வெறும்
காகிதப் பொம்மையாய் மட்டுமே
கையில் ஏந்தும் காதலே
உனை
என்று மெய்யில் ஏந்துவேன் என்று
அறியாது அலைகிறது
என் அடிமனது

மின்சார ஒளியை

மீண்டும் மீண்டும்

சுற்றும் பூச்சிகளுக்கு

எப்படி புரிய வைப்பேன்

அது நிரந்தர ஒளி அல்ல என்பதை

அகம் அழுதிட

ஆயிரமாயிரம் காரணங்கள் தேவையில்லை

புல்லின் கிரீடம் பனித்துளியின்

அளவிலான நெஞ்சை சிதைக்கும்

ஓர் நினைவு போதும்

மு.மங்கை

ஒன்றாக நாட்கள் நகர்ந்திட

அணுவின் அளவிலிருந்து

ஆகாயத்தின் அளவிற்கு வளர்ந்தது

வெகுவான வீரியத்தோடு

அவள் மீதான அன்பு

எந்த ஒரு உறவுக்கும்

உறுதி கொடுக்க மறந்தவர்கள்

அது உடையும் வேளையில்

கண்ணீர் உதிர்ப்பது

வீண் செயல்

மண் பார்த்து விதைத்திடு

வான் பார்த்து வளர்த்திடு

பதம் பார்த்து பறித்திடு

நீ

நிழல் நாடிய இடமும்

இறுக்கமாக பிடித்திருக்கும் விழுதும்

உனக்குச் சொந்தமான

மரத்திலிருந்து இல்லை என்பதை

என்று புரிந்து கொள்வாய் நீ?

மு.மங்கை

கண்ணீர் சிந்தும் இடத்தில்

புன்னகை சிந்த முடியுமா?

இவள் செய்வாள்

தன்னை தோற்கடித்து

பிறருக்கு வெற்றி சூட முடியுமா?

இவள் செய்வாள்

வலி என்றே தெரிந்தும்

விரும்பி செய்ய முடியுமா?

இவள் செய்வாள்

கவிதை என உருவெடுக்க

வார்த்தைகளும்வரிகளும்

தவம் கிடைக்கிறது இவளுக்காக

நாளெல்லாம் அரசனாய் அமர்ந்து

இருண்ட பின்

தன் பிள்ளையின்

பசி போக்க ஓடினான்

நாடக நடிகன்

என்ன தவறு?

முகஸ்துதி மட்டும் செய்வோர் மத்தியில்

முகம் பார்த்து மனம் படிக்கும் நீ

உறவென எனக்கு கிடைத்தது

முக்கோடிதேவர்களும்

சேர்ந்து அளித்த வரம்

என்று சொல்வதில் என்ன தவறு?

மு.மங்கை

திங்கள் முகமே!

தினமும் உன்னை பார்க்கும்போது

எனக்குள் ஒலிக்கும் ஓசையை அறிவாயா?

உலகின் எட்டாம் அதிசயத்தை

தினம் பார்க்கும் பாக்கியசாலி

நீதானடா என்பதே அது

வலியில்

நான் சிந்தும் கண்ணீர்

செய்வினை என்றால்

என் சிரிப்பின்பெயரோ

செயப்பாட்டுவினை என்றாகும்

ஆனால்

விட்டுக் கொடுப்பதை
விரும்பிச் செய்ய வேண்டும்
விதியே என்று செய்தால்
விலகித்தான் போகும்

நவினமும் நாகரிகமும்
நம்மை நகர்த்தி கொண்டு போகிறது
ஆனால்
எங்கிருந்து எங்கென்றுதான் தெரியவில்லை

மு.மங்கை

ஒவ்வொரு வீட்டுக்குள் எரியும் விளக்குகளும்
என்றோ ஓர் நாள்
கோபுர விளக்காய் ஒளிரவே ஆசைப்படுகின்றன
காற்றோ கைகளோ
அதனை அணைக்கும் முன்

அழகுள்ள கிளி
அளவெடுத்து செய்த கூண்டிற்குள்
சிறகின் சேவையின்றி கிடக்கும்
அழகற்ற காக்கை
அளவில்லா வானத்தை
ஆர்பாட்டம் செய்யாது
அளந்து கொண்டிருக்கும்
இதில் நீ யார்?

கடலின் அமைதி வேண்டி

கடற்கரை சென்று நின்றேன்

அங்கு

கடல் நீரும் என்னை தீண்டமறுத்தது

அதனால்

என் கண்களின் நீர்கடலாய் மாறி

கன்னங்கள் என்னும் கரையைத்தீண்டியது

உன்னை எண்ணி

என் தூரிகை கொண்டு

நிறப்பமுயன்றேன்

அதற்குள்

என் கண்ணீர் துளிகள் நிரப்பியது

காகிதத்தையும் என் கனத்த இதயத்தையும்

மு.மங்கை

இப்பிரபஞ்சத்தில்

பழையதை மறக்க,

பாசத்தை குறைக்க

பாதையை பிரிக்க

பழி போட/ஏற்க

பணிவை உடைக்க

பாவத்தை மறைக்க

பயனற்ற இடத்தில் பலம் சேர்க்க

பணம்

என்னும் பாதகனால் முடியும்

உன்னை ரசிக்க

உன் கண்ப்பார்த்து காதல் சொல்ல

உன் கைக்கோர்த்து நடக்க

உன்னுடன் உணவுப்பகிர

இரவெல்லாம் காதல் உரையாடல் செய்ய

துளியும் பயமில்லை என்று

அனைத்தும் செய்கிறேன் கனவில்

அமைதிக் காக்கிறேன் நிஜத்தில்

உலகில் இதுவரை எந்த

காவியங்களிலும் கதைகளிலும்

சொல்லப்படாத

இனி வருவோர்

காகிதத்தில் அச்சடிக்கும் படியான

காதல் காட்சியை

வாழ்ந்துகாட்ட சம்மதம் சொல்வாயா?

மு.மங்கை

கால இயந்திரம்
கையில் இருந்திருந்தால்
நாளையை தேடியும்
நேற்றுக்கு வாடியும்
இன்றை இழந்திருக்க மாட்டேன்

உன்னை நீ
நேசிக்காத நொடிகளில்
இவ்வுலகம் உன் கண்களுக்கு
உதிர்ந்த பூ போல தான் தெரியும்
நேசித்துப் பார், பின்
உல்லாசத்தின் ஊஞ்சலாய் மாறிவிடும்

தாகம் தீர்ந்த பின் கிடைக்கும் - தண்ணீர்

அழுது முடித்த பின் துடைக்க வரும்- கை

மழை நின்ற பின் கைக்கு வரும்- குடை

தன்னையே இழந்த பின் கிடைக்கும்- உறவு

இவற்றால் கிடைக்கும் பலன் போலவே

இங்கு சிலர் வாழ்கின்றனர்

கைக்குட்டையைக் கசக்கியபடி

காதல் சொல்ல சென்றவள்

கள்வனின் கண்களைப் பார்த்ததும்

தேக்கிய தைரியங்கள் தடுமாற

தன் கண்களைமூடிக் கொண்டாள்

தண்ணீர் ஊற்றாய்

வெட்கம் வெளிவந்ததால்

மு.மங்கை

உன்னுடன் நடத்தும் போரில்

தோல்வியை மட்டும் தழுவும் நான்

என்று வெல்வென் உன்னை?

நீதான் நான்!

நான்தான் நீ!

இருப்பினும்

ஏன் என்னால் முடியவில்லை

உன்னை வெல்ல?

உன் சொல் நான் கேட்பதில்லை

என் செயல் நீ ஏற்பதில்லை

சரி என்று சொல்கிறாய்

செய்து முடிக்கும் முன்

தவறென்றுமாற்றுகிறாய்

நமக்குள் ஒற்றுமை இல்லை

கேள்விகள் மட்டும்

பல நூறு

பரிமாற கேட்கிறோம்

விடைகளை வெளியில் தேடுகிறோம்

கண்ணாடி முன் நின்று

எனக்குள் இருக்கும்

உன்னோடு நடத்தும் போரில்

என்று வெற்றி காண்பேனோ

அன்றுதான் என் வாழ்வில்

வெளிச்சம் உண்டாகும்போல் தெரிகிறது

மு.மங்கையின் மற்ற படைப்புகள்

1. தேடல் - கவிதைகள்

2. இதய மொழி - அதீத காதல் கவிதைகள்

3. மையின் ஓட்டம் - சிறுகதைகள்

அனைத்துப் புத்தகங்களும்

அமேசான்(amazon)

மற்றும்

ஃப்ளிப்கார்ட் (Flipkart)

முதலியவற்றில் கிடைக்கும்....